भिमा कोरेगावचा क्रांती संग्राम

(Bhima Koregaoncha Kranti Sangram)

युवराज सोनवणे

प्रकाशक

राष्ट्रनिर्माण प्रकाशन

शिरूर कासार, ता. शिरूर (का.)

जि. बीड -४१३ २४९

युवराज सोनवणे

मुखपृष्ठ

सिध्दार्थ सोनवणे

सतिष मुरकुटे

प्रथमावृत्ती दि. १ जाने. २०१४

(भीमा कोरेगांव क्रांती दिन)

अक्षर जुळवणी

सना ऑफसेट

शिरूर कासार

मुल्य :- २० रू.

दोन शब्द....

'भीमा कोरेगावचा क्रांती संग्राम' हे छोटे पुस्तक वाचकांना सादर करताना मला आनंद होत आहे. कारण भिमा कोरेगावच्या इंग्रज विरूध्द पेशवा लढाईस ज्यांच्या हाती कलम होती त्यांनी फारसे महत्व दिले नाही. बहुजनांनी इतिहास घडवला परंतु लिहिणाऱ्यांनी तो विकृत केला तो विकृत इतिहास कसा चुकिचा आहे. हे सप्रमाण सिध्द करण्याचे काम अनेक पुरोगामी लेखक करित आहेत. तसाच प्रयत्न मी या पुस्तीकेत केला आहे.

भीमा कोरेगांवचा इतिहास मूर्तीमंत साहस, धैर्य, दूरदृष्टी, मुत्सद्दीपणा, रणनैपुण्य याचे ज्वलंत प्रतिक आहे. मात्र हा इतिहास मनुवाद्यांना कसा लिहावा वाटेल ? त्यांनी हा इतिहास दडवण्याचा आटोकाट प्रयत्न ही केला. अनेक पुरावे नष्ट केलेले आहेत. तर काही इतिहासकारांनी सत्य कथानक सोयीस्करपणे बदलून, घालघुसड करून जनतेसमोर ठेवले आहे.

या सर्व गोष्टी मनाला छळणाऱ्या होत्या आणि त्या सर्व घालघुसड केलेल्या गोष्टी वाचकांच्या दृष्टीस आणण्याचा मी प्रामाणिकपणे प्रयत्न केलेला आहे.

इंग्रजांनी भिमा कोरेगावला विजय स्तंभ उभारला नसता तर विलक्षण ऐतिहासीक घटना बहुजनांना माहितच झाली नसती. या पुस्तकामुळे मनुवाद्यांच्या पोटात पोटसुळ उठणे साहजिक आहे.

    या ग्रंथाची खरी कल्पना माझा बंधु सिध्दार्थ सोनवणे यांचीच आहे. त्यानेच या पुस्तकाच्या लिखाणासाठी आग्रह धरला. भिमा कोरेगावच्या क्रांती स्तंभाची छायाचित्रे त्याने व आमचे मित्र इतेश चव्हाण यांनी तेथे प्रत्यक्ष जावून काढून आणली. सिध्दार्थच्या आग्रहामुळेच हे पुस्तक पुर्णत्वास येऊ शकले. तसेच माझी पत्नी प्रियदर्शीनी सोनवणे हिच्या खंबीर साथीमुळेच ही वाट सुकर झाली.

    या पुस्तकाच्या छपाईसाठी सना ऑफसेट चे अन्वर पठाण यांनी घेतलेल्या श्रमामुळेच हे पुस्तक वेळेत प्रकाशित होऊ शकले त्याचे आभार न मानने कृतघ्नपणाचे ठरेल.

युवराज सोनवणे

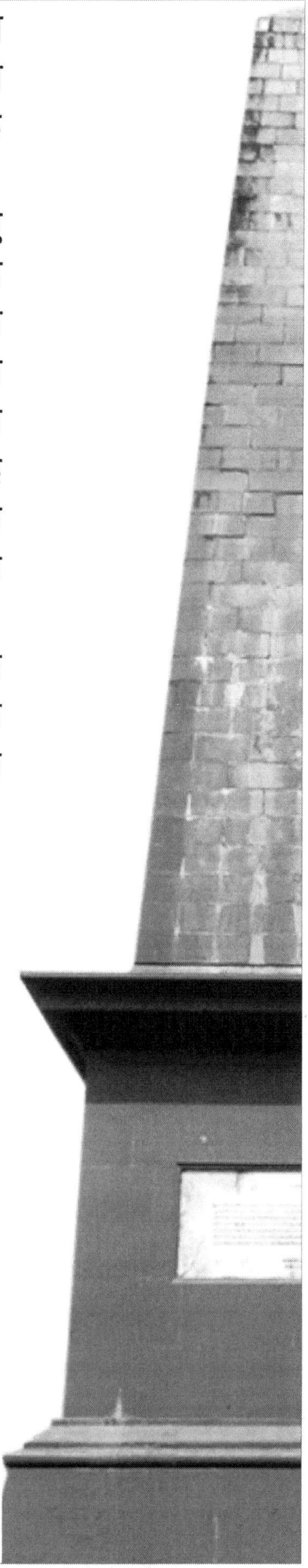

शौर्य गाथा

शौर्याचं प्रतिक म्हणून जर एखाद्या युध्दाची निवड करायची झाली तर तो मान भिमा कोरेगावच्या युध्दासच मिळेल. कारण ही लढाई अद्याप पर्यंतच्या ज्ञात इतिहासातील लढायांना अपवाद आहे. या लढाईतील इंग्रज सैन्याचा विजय हा आश्चर्यकारक आहे. जगातपहिले व दुसरे महायुध्द झाले. या युध्दात अनुबॉम्बचाही वापर झालेला आहे. या दोन्ही महायुध्दांमध्ये मोठ्या प्रमाणावर विध्वंस झाला. लक्षावधी सैन्य रणांगणावर लढत होते. प्राणहानी आणि वित्त हानी मोठ्या प्रमाणावर झाली. म्हणून या दोन्ही युध्दांना महायुध्द म्हटले जाते. या युध्दांमध्ये क्रौर्याची परिसिमा संपली होती. मात्र, या दोन्ही युध्दाच्या मानाने अत्यल्प विध्वंस झालेली आणि शौर्याने ओतप्रत भरलेले युध्द भिमा कोरेगांवच्या भिमानदीच्या तिरावर लढले गेले. हे युध्द किल्ल्यावर, डोंगरावर किंवा जंगलात लढले गेले नाही. तर लपण्यासाठी कोठे ही जागा नसलेल्या सपाट भू-प्रदेशावर हे युध्द झाले. इंग्रजांच्या बॉम्बे रेजीमेंटच्या मुठभर 'महार' सैनिकांनी हजारोंच्या संख्येने असलेल्या पेशव्यांच्या फौजेला कापत विजय संपादन केला. छत्रपतींचे गोरगरीब प्रतिपालक असलेले शिवशाही चे राज्य गिळंकृत केल्याचा आणि

भीमा कोरेगांवचा क्रांती संग्राम ४

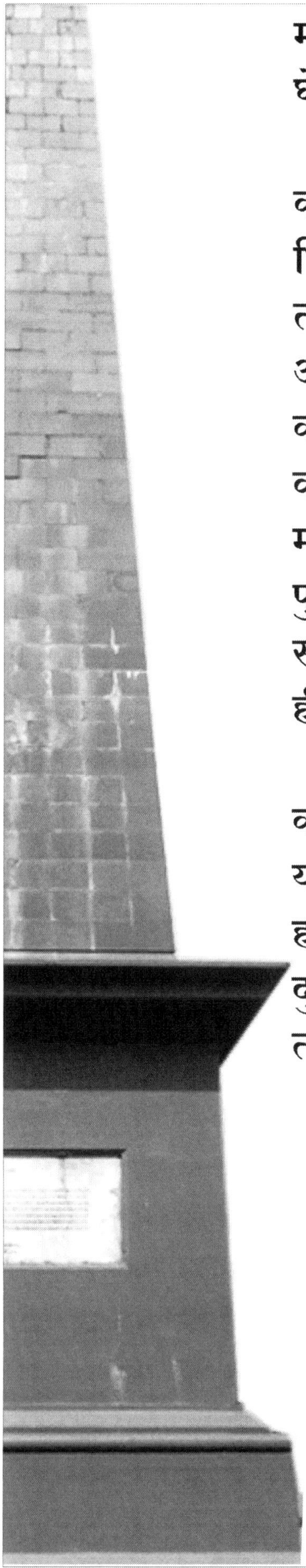

महारांच्या गळ्यात मडके बांधल्याचा बदला घेतला.

पुणे-अहमदनगर या महामार्गावर कोरेगांव हे लहानसे खेडेगांव आहे. हे गाव भिमानदीच्या तिरावर वसलेले असल्याने त्यास भिमाकोरेगांव या नावानेच जास्त ओळखले जाते. इतिहासात देखील भिमा कोरेगांव असाच उल्लेख आहे. या नदीच्या वाहत्या पाण्यात जो इतिहास दडलेला आहे तो महारांच्या शौर्य व धाडसाचा जळजळीत पुरावा आहे. मात्र, हा इतिहास दडपण्याचा सर्वतोपरी प्रयत्न पेशव्यांच्या औलादिंनी पूर्वी ही केलेला आहे आणि आज ही होत आहे.

दुसरा बाजीराव पेशवा यांच्या कार्यकाळात भिमा कोरेगावची लढाई झाली. या लढाई अगोदरच जनरल स्मीथने पुण्यावर हल्ला करून पुणे काबीज केले होते. या वेळी दुसरा बाजीराव पेशवा पळून गेला त्यामुळे त्यास पळपुटा बाजीराव असे ही म्हणतात.

हाच तो पळपुटा बाजीराव

१७ नोव्हेंबर १८१७ ला शनिवार वाड्यावर ब्रिटिशांचा झेंडा फडकला. पुण्यावर ब्रिटिशांची हुकुमत सुरू झाली मात्र पुण्याच्या आजु-बाजुचा परिसर पेशवाईच्या अंमलाखालीच होता. आणि पेशव्यांकडून केव्हा ही हल्ला होण्याची शक्यता होती. त्यामुळेच ब्रिटिश अधिकाऱ्यांनी सैन्याची जमवाजमव सुरू केली. शिरूरला ब्रिटिशांची एक छावणी होती. या छावणीत डिसेंबर १८१७ ला एक गोरा शिपायी घोड्यांच्या टापांचा आवाज करित दाखल झाला. तो पुण्यावरून कर्नल ब्रर्टनचे पत्र घेऊन आला होता. त्याने ते पत्र छावणीतील

[illegible] पत्रात कर्नल बर्टनने लिहिले होते की, पुण्यामध्ये आपल्या ब्रिटीश आर्मीजवळ बंदोस्ताकरिता फौज कमी आहे. तेव्हा आपली फौज घेऊन यावे. त्यानुसार लेफ्टनंट कर्नल फिल्समन यांनी कर्तव्यनिष्ठ आणि धाडसी असलेल्या बॉम्बे इन्फन्ट्रीच्या पहिल्या रेजीमेंटची दुसरी बटालीयन पुण्यात पाठवण्याचे ठरवले.

या बटालियन मध्ये ५०० महार सैनिक

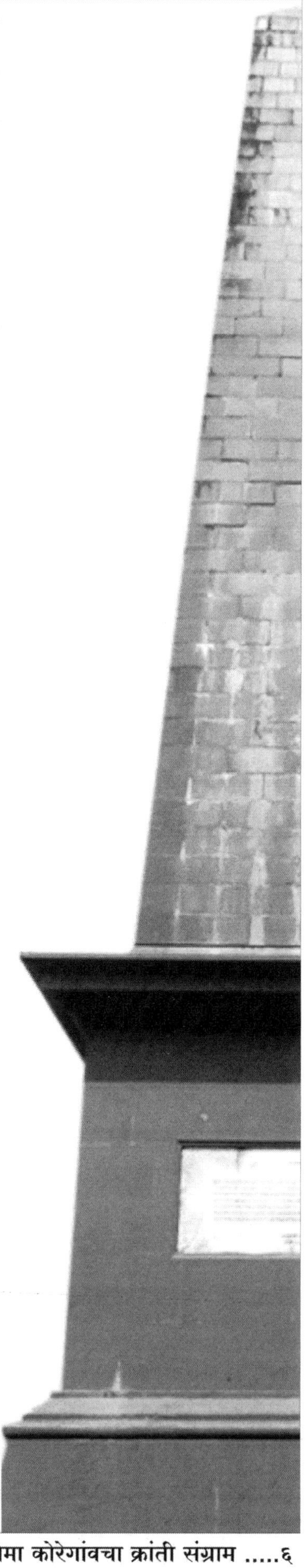

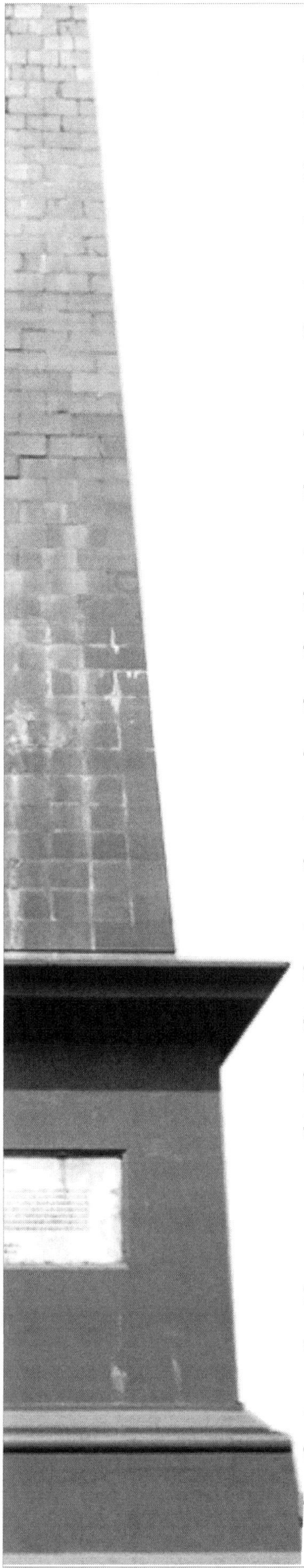

पुणा हॉर्स कंपनीचे २५० घोडेस्वार, मद्रास तोफखान्याचे २४ इंग्रज अधिकारी आणि गनर (ज्यांच्याकडे २०५ चा छोटा तोफखाना होता.) याचा समावेश होता. आणि या बटालियनचे नेतृत्व कॅप्टन स्टास्टन याच्याकडे होते.

कॅप्टन एफ. एफ. स्टास्टन याने ३१ डिसेंबर १८१७ रोजी रात्री ८ वा. आपल्या सैन्यास पुण्याकडे कुच करायला लावले. आदेशानुसार सैन्य पुण्याकडे सरसर पाऊले टाकत निघाले त्यांना पुणे लवकरात लवकर जवळ करायचे होते. ते दुसऱ्या दिवशी सकाळी कोरेगावला पोहचले मात्र हे सैन्य भिमा कोरेगावला येताच या सैन्याची भेट अनअपेक्षीतपणे पेशव्यांच्या सैन्याशी पडली. पेशवा पुण्यावर चढाई करेल हे अपेक्षीत असतानाच पेशव्यांनी या बटालियनला रस्त्यातच अडवले होते. पेशवा आपले अफाट सैन्य घेऊन या बटालियनवर चाल करून आला होता. पेशव्यांच्या सैन्यात २५००० सैनिक आणि ५००० घोडेस्वारांचा समावेश होता.

कोणताही सेनापती अशावेळी लढण्याचा निर्णय घेऊ शकत नाही. कारण फक्त ७७५ सैनिकांच्या बळावर ३०,००० शस्त्रसज्ज फौजेशी लढणे ते ही समोरा-समोर लढणे अशक्य प्रायच ! आणि तसा लढण्याचा निर्णय घेतलाच तर सैनिक

आत्महत्या केल्यासारखे होईल परंतु या लढाईत सर्व काही उलटे घडले. सेनापती स्टास्टनने युध्द न लढण्याचा निर्णय घेतला. परंतु सेनेने रणांगण सोडण्यास नकार दिला. पोटात अन्न नसताना तहानेने व्याकुल झालेले आणि चालुन-चालुन थकलेले असताना ही त्यांनी पेशव्यांच्या अफाट फौजे विरूध्द लढण्याचा निर्णय घेतला. (भारतीय अस्पृश्यांचा प्रश्न, ले.वि.रा.शिंदे) आणि आपले अचाट धाडस या महार जातीय विरांनी येथे दाखवले. लढाई न करता पळून जाण्याचा निर्णय व बेत ठरवणाऱ्या कॅप्टन स्टास्टन यास उलट याच सैनिकांनी धीर देऊन गर्जुन सांगितले की, 'साहेब डरो मत और भागनेकी सोचो मत' ये महार सैनिक अपने जान मी बाजी लगा देंगे.महार सैनिकांनी परिस्थितीचा अंदाज घेत व्युव्हरचना केली. आपल्या सेनेची दोन तुकड्यात विभागणी करून पेशव्यांच्या सैन्याला दोन्ही बाजुने घेरले. युध्दास सुरूवात झाली. मर्द महारांच्या ढाल-तलवारी सरसावू लागल्या विजेच्या चपळाईने महार सैनिक पेशव्यांवर तुटून पडला होता. हल्ला बोलची गर्जना गगनाला

भिडली होती. भिमा नदीच्या पाण्याचा

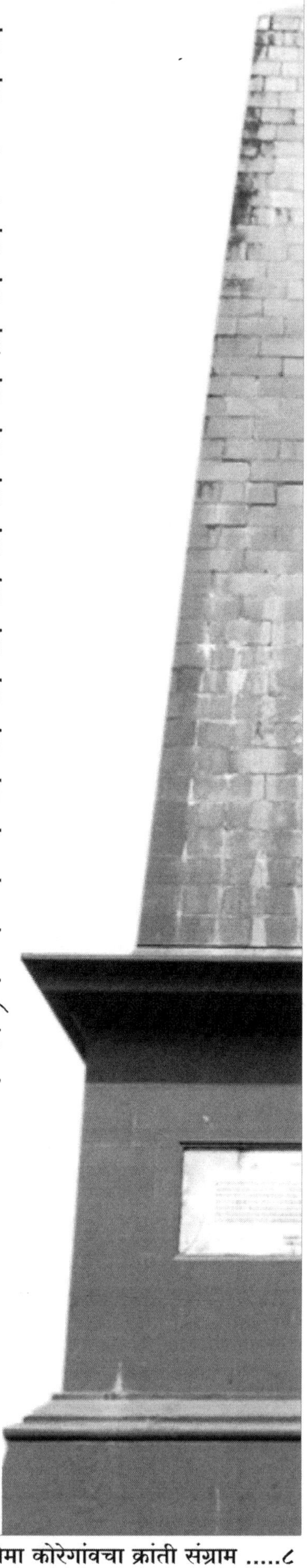

खळखळाट विरून गेला होता. आणि महार सैनिकांच्या संगिनींचा आवाज घुमत होता. धाडसी आणि शुरवीर असलेला महार सैनिक ५०-५० पेशव्यांच्या सैनिका बरोबर एक-एकटा लढत होता. थंडीचे दिवस असतानाही महार सैनिकांच्या अंगातून घामाच्या धारा वाहत होत्या. भिमा नदी वाहत होती मात्र पाणी पिण्यास कोणासही उसंत नव्हती. ही लढाई एक दिवस आणि एक रात्र चालली. जेव्हा युध्द संपले तेव्हा भिमा नदिच्या पात्रातील सर्व पाणी रक्ताने लाल झाले होते. भिमा नदी रक्ताने वाहत होती.

या लढाईत गोविंद बाबा मारला गेला. तो पेशव्यांचा सेनापती बापू गोखले याचा मुलगा होता. गोविंद बाबा मेल्याचे कळताच

बापू गोखले

पेशव्यांचे सैन्य हापकले. ते सैरावैरा धाऊ लागले. त्याचे सर्व अवसान गळून गेले होते. बापू गोखले ही धायमोकलुन रडू लागला आपली काही खैर नाही हे लक्षात येताच बापू गोखल्याने आपल्या मुलाचा मृतदेह शववाहक जथ्थ्याकडे सोपवून फुलगावकडे सैन्यासह पलायन केले. अतुलनीय शौर्य, पराक्रम गाजवून महार

भीमा कोरेगांवचा क्रांती संग्राम ९

महान कार्य पार पडले होते. आणि तो दिवस होता १ जानेवारी १८१८ चा. नवीन वर्ष, नवी पहाट, हीच नवी पहाट क्रुर पेशवाईचा अंत करणारी ठरली.

स्मिथनी आष्टी येथे पंढरपुरला निघालेल्या पेशव्यांवर हल्ला केला आणि पेशव्यांना नामोहर ण केले आणि ब्रिटीशांनी छत्रपतीमार्फ त जाहिरनामा काढून बाजीरावांना पेशवे पदावरून हकलले. १० एप्रील १८१८ ला जनरल स्मिथनीनेच सिंहगड व पुरदर हे किल्ले घेतले. ३ जुन १८१८ ला बाजीरावाने धुलकोट येथे शरणागती पतकरली. इंग्रजांनी बाजीरावाला अटक करून ब्रह्मावर्त येथे नेऊन ठेवले. तेथेच तो मरन पावला.

बाजीरावाने साताऱ्याला छत्रपतींचा व त्या पदाचा उघड उघड अपमान करून त्या वेळचे छत्रपती प्रतापसिंह यास कैदेत टाकले. या पेशव्यांशी लढाई करताना छत्रपती पदाची अवहेलना करणाऱ्या पेशव्यांचे राज्य बुडवायचे आहे. असा पवित्रा इंग्रजांनी घेतला. (संदर्भ- मराठी विश्वकोष)

छत्रपती प्रतापसिंह

युध्द कौशल्य निपुन, हुशार, स्वत:च्या मनगटावर आणि समशेरीवर असलेला आत्मविश्वास, अतुलनिय धैर्य, वाघाचे काळीज

घेऊन शत्रुवर निधड्या छातीने झेपावणे. जिवाशी खेळण्याचे अचाट धाडस, अशा अनेक अलौकीक गुणांचे दर्शन या युध्दात महारांनी दाखवले.भिमा कोरेगावच्या या महान ऐतिहासीक लढाईबाबत ब्राह्मनी इतिहासकारांनी त्याच्या जातीय गुणधर्मा नुसार इतिहास दडवण्याचे काम चांगले केले होते. मात्र इंग्रजांनी महार सैनिकांच्या शौर्याचा गौरव करण्यासाठी येथेच विजयस्तंभ उभारला. ब्रिटीशांनी विजयस्तंभ उभारला नसता तर आम्हाला आमच्या पुर्वजांनी दाखवलेले शौर्य माहीत झालेच नसते. त्या विजयस्तंभावर शौर्य गाजवलेल्या २३ सैनिक व एका इंग्रज अधिकाऱ्याचे नांव आहे. त्या मुळेच महारांना त्यांच्या पुर्वजांच्या धाडसी व शौर्य शाली इतिहासाचे दर्शन झाले.

विजयास्तंभावर शहीद व जखमी विरांचे नावे कोरलेले आहे. त्यात एकुण २३ महार सैनिकापैकी २० ठार झालेल्या सैनिकांचे नावे आहेत तर शेवटची ३ नावे जखमी झालेल्या वीरांची आहेत. ती नावे अशी १) सोमनाथ मलनाक नाईक २) रामनाक येसनाक नाईक (नाईक हे सैन्यातील एक पद आहे. पुढील आठराजन शिपाई होते) ३) गोविंदनाक कोठेनाक ४) रामनाक येसनाक ५) भागनाक हरनाक ६) अंबनाक काननाक ७) गणनाक बालनाक

भीमा कोरेगांवचा क्रांती संग्राम ११

८) बाळनाक कोंडनाक ९) रूपनाक लखनाक १०) वपनाक रामनाक ११) विटनाक धामनाक १२) राजनाक गमनाक १३) पवनाक हरनाक १४) रैनाक वाननाक १५) गणनाक धर्मनाक १६) देवनाक आननाक १७) गोपाळनाक वाळनाक १८) हरनाक हीरनाक १९) जेटनाक दैनाक २०) गणनाक लखनाक जखमी झालेल्या तीन शिपाईचे नावे अशी :-

१) जाननाक हीरनाक २) भीकनाथ रतननाक ३) रतननाक धाकनाक

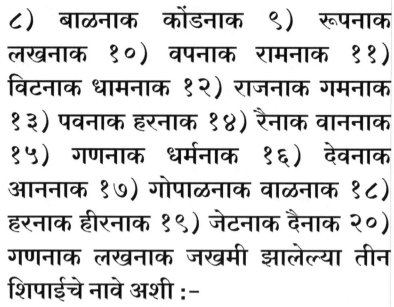

१मौजेकोरेगांवयेथेइंग्रेजीलोकलढाईतजयमेळउनपडलेवजखमीजालेत्यांचीनावे

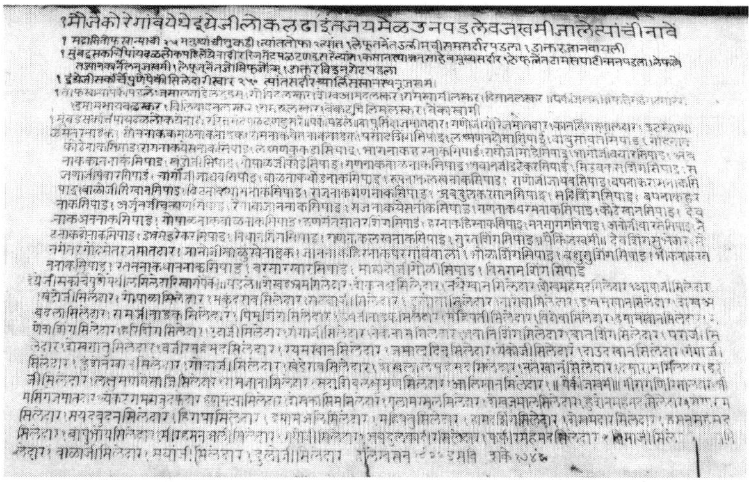

जयस्तंभ ते क्रांतीस्तंभ

ही नावे भिमाकोरेगावच्या ज्या स्तभांवर कोरलेली आहेत. त्या स्तंभास इंग्रजांनी 'जयस्तंभ' म्हटले आहे. इंग्रजांसाठी तो जयस्तंभ आहे मात्र नागवंशीय महारांसाठी तो 'क्रांतीस्तंभ' आहे. कारण महारांच्या गळ्यात काळा धागा

जयस्तंभ

कमानस्तान स्ताहेबांच्यास्वाधीन मुंबइ सर्कारच्या पलटणचे लोक ५०० वस्वार २५० व तोफखान्याचीं मनुष्ये २५ व तोफा २ होत्या त्याजवर सन इसवी १८१८ ज्यानेवारी तारीख १ शके १७३९ मार्गशीर्ष वद्य ९ गुरुवार ते दिवसी कोरेगांवच्या मुकामी पेशव्यांच्या सारे फौजेने चालन येऊन घेरा दिला आणि आरब व दुसरे निवडक लोक पेशव्यांचे यांनी मोठ्या चढायावर चढाया केल्या अस्तां पेशव्यांच्या फौजेचा मोड करून इंग्रेजी लोकांनी जय मेळविला ही किर्ती राहावी म्हणून हा जयस्तंभ उभारिला आहे याबर या वीरांचा पराक्रम व सर्कार्चाकरी विषइं प्राणास उदार झाले हा लोकीक बहुत काळ राहावा याबस्तव त्यांच्या पलटणांतील लढाईंत पडले व जखमी झाले यांचीं नावें इंग्रेजी सर्कारची आज्ञा होऊन या जयस्तंभावर दुसऱ्या अंगास लिहिलीं आहेत

सन इसवी १८२२
शके १७४३

आणि थुंकण्यास मडके तसेच मागे एक खराटा ही दयनीय अवस्था महारांवर पेशव्यांनी आणली होती. याच अन्यायाचा बदला महारांनी भिमा कोरेगांवच्या युध्दात घेतला. आणि आपल्या क्षात्रतेजाची जाणीव पेशव्यांना करून दिली.

महार पेशव्यांच्या विरूध्द का लढले?

१७९५ मध्ये निजामविरूध्द लढुन खर्ड्याची लढाई पेशव्यांना जिंकुन देणारे, मोगलांशी लढाई करून वैराटगड जिंकुन देणारे, प्रतापगड, रायगड, जंजीरा, पुरंदर आदि ठिकाणी मराठी मातीशी इमान राखण्याच्या लढवय्या महारांनी १८१८ मध्ये म्हणजे अवघ्या २३ वर्षाने भिमा कोरेगावच्या युध्दात पेशव्यांविरूध्द युध्द लढले आणि परकिय ब्रिटिशांना विजय मिळवुन दिला. नेमके या युध्दात महार पेशव्यांच्या विरोधात आणि ब्रिटिशांच्या बाजुने का लढले. असा प्रश्न प्रत्येकाच्या मनात निर्माण होणे अपरिहार्य आहे. तसेच काही लोक असे ही म्हणतील की परकीयांसाठी देशबांधवांविरूध्द

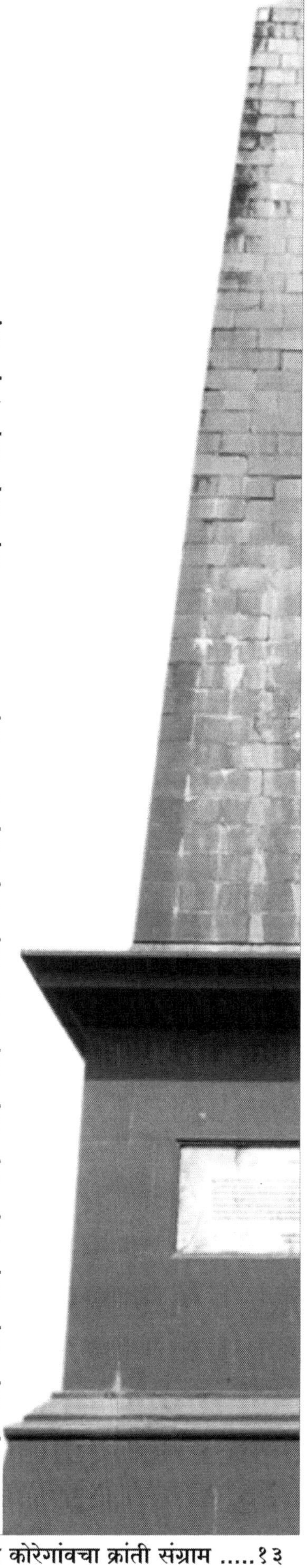

लढुन काय उपयोग ? यात कसला आला शौर्यपणा ? पण एक बंधु जेव्हा दुसऱ्या बंधुला गुलाम करतो आपल्या आया-बहिणींची इज्जत लुटतो, पाण्यासाठी तरसवतो, गळ्यात मडके, पाठीमागे खराटा बांधतो, अतोनात यातना देतो तेव्हा त्या बंधुस बंधु म्हणावे की शत्रु ?

निश्चीतच तो बंधु ठरू शकत नाही. म्हणूनच

पेशवे महारांचे शत्रु होते. आणि पेशव्यांनी केलेल्या छळाचा बदला त्यांनी घेतला.पेशव्यांच्या वागणुकी विरूध्द ब्रिटिशांचे होते. त्यांनी अस्पृश्य गणल्या गेलेल्या जातिबा माणुस म्हणून मानुसकिने जवळ केले स्पर्शाने विटाळ होते म्हणून त्यांना दूर ठेवले जात होते. त्यांनाच ब्रिटीशांनी जवळ बसवले लष्करात संधी दिली मग महारांना जवळचे कोण वाटणार ? उत्तर एकच ब्रिटीश !

महारांच्याच गळ्यात मडके का ?

पेशवाईत महारांच्या गळ्यात थुंकण्यासाठी गाडगे आणि चालताना मातीवर उमटलेले पायाचे ठसे पुसण्यासाठी कमरेला खराटा बांधण्याचे बंधन आले होते. ही बंधने पेशव्यांनीच महारांवर लादली होती. इतर अस्पृष्य असलेल्या मांग व चांभार जातिंना हे निर्बंध नव्हते. फक्त महारांनाच हे निर्बंध होते. अशी वक्रदृष्टी महारांवरच पेशव्यांची का झाली तर याला कारण होते गण्या महाराचे प्रेम

म्हणूनच ते अस्पृश्य गणले असताही त्यांचे पराक्रम मराठे व ब्राह्मण राज्यकर्त्यांना मान्य करणे भाग पडले असावे. ते पराक्रम इतके नेत्रदीपक असले पाहिजेत की, ज्याच्यामुळे राज्यकर्त्याना महारांची जबरदस्त दहशत बसेल महारांच्या पराक्रमाला योग्य वेळी पायबंद घातले नाही तर महार शिरजोर होतील, या धास्तीनेच पेशवाईत महारांच्या गळ्यात थुंकण्यासाठी गाडगे व पायाचे धुळीतील छाप पुसण्यासाठी कमरेला बोराटीच्या झुडपाचे फेस बांधण्यास पेशव्यांनी महारास भाग पाडले असावे. (डॉ. आंबेडकर चरित्र ले. खैरमोडे) असेच मत नागवंशीयांनो तुमची अस्मीता गेली कुठे या पुस्तकात श्रीनिवास भालेराव यांनी ही व्यक्त केलेले आहे. पेशवाई ब्राहमणांना महार रक्तातील शौर्य, कणखरपणा, कर्तव्यनिष्ठा, स्वाभिमानाची जागृती या गुणांची माहिती होती. यांना जर पुन्हा सैन्यात चालना मिळाली तर आपल्यातील ढोंग, संधीसाधुपणा अप्पलपोटेपणाची वागणु क ब्राह्मणातील गुणदोष यांचा ब्राह्मणांनी आपला स्वत:चा कसा फायदा होईल. याचा फायदा करून महार जातीवर धर्माच्या आणि देवाच्या नावावर अनेक अवमान व अपमानकारक अटी लादल्या शिवाजी महाराजांच्या काळानंतर मराठी राज्याची सुत्रे ब्राह्मण पेशवे यांच्या हाती गेली तेव्हा धर्माच्या व जातीच्या नावाखाली अत्यंत

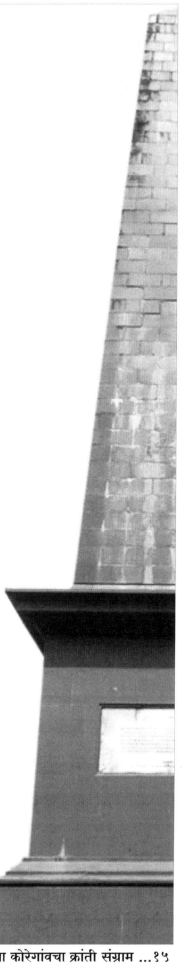

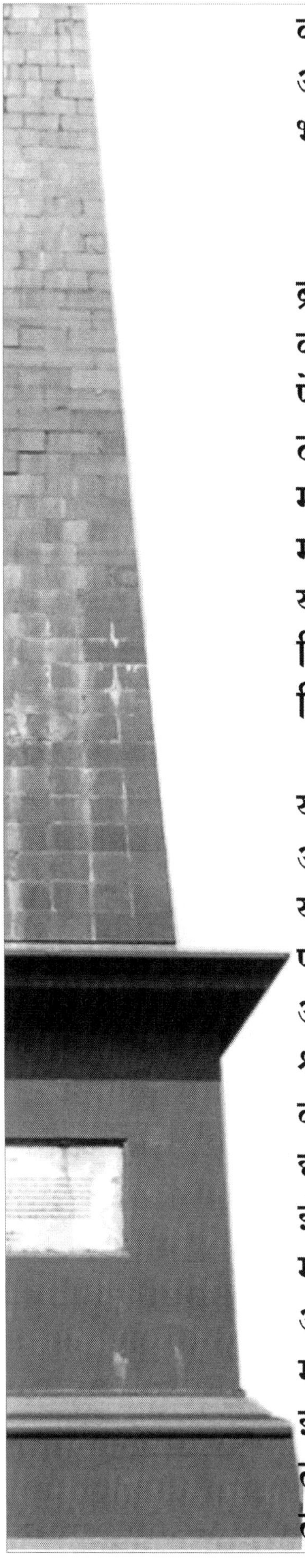

कडक निर्बंध लादले. (नागवंशीयांनो) तुमची अस्मिता गेली कुठे ? ले.:- श्रीनिवास भालेराव

क्रांतीस्तंभ डोळ्यात खुपतोय ?

भिमा कोरेगांवचा क्रांतीस्तंभ ब्राह्मणवाद्यांच्या डोळ्यात खुपतोय. भिमा कोरेगावची लढाईने नामोहरण झालेल्या पेशव्यांच्या औलादिंनी हा इतिहास दडवून टाकण्याचा काटोकाट प्रयत्न केला. छोट्या-मोठ्या लढायांचे ही रसभरीत वर्णन करण्यात माहिर असलेल्या ब्राह्मणी इतिहासकारांनी या लढाई विषयी लिहिलेले आहे ते सर्व विपर्यास करणारे पेशव्यांची बाजू घेणारे आहे विशेष !

मराठी रियासतच्या आठव्या खंडात या लढाई बद्दल जी माहिती देण्यात आलेली आहे. ती इतिहासास भेद करणारी आहे. यातिल मजकुर असा “ घोडनदीहुन इंग्रज फौज पुण्यास येत होती तिची बाजी रावाशी आकस्मात गाठ पडली. बापू गोखल्यास श्रीमंतांनी आज्ञा केली की, आज लढाई करून आम्हास पुढे जाण्यास मार्ग करून द्यावा. गावास लहानशी तटबंदी होती. तीत इंग्रज आश्रयार्थ गेले. त्यांचवर दुसऱ्या बाजुने मराठ्यांनी तोफांचा मारा चालू केला. जागा अडचणीची असल्यामुळे तोफा बंद करून मराठ्यांकडील अरबांनी व पायदळांनी इंग्रजांवर चालुन घेतले. तेंव्हा संगीनीचे व तलवारीचे युध्द झाले. इंग्रज शिकस्त झाले त्याचे पुष्कळसे ऑफीसर्स व लोक

मारले गेले. रात्री ९ वाजेपर्यंत लढाई चालुन पेशव्यांचे सैन्य आपल्या छावणीकडे परत आले. इंग्रजांचे १७५ जखमी झाले. त्यापैकी बहुतेक होतकरूच हाते. मराठ्यांचे सुमारे ५०० लोक पडले. थोड्या लोकांनी पुष्कळांशी लढुन आपला-आपला निभाव केल्याबद्दल कोरेगांव येथे इंग्रजांनी स्मारकाचा स्तंभ उभारला आहे. बाजीराव तर आगोदरच जेजुरीच्या वाटेने सातार्‍याकडे निघाला होता. पाठीमागुन ज. स्मिथ येत असता त्यास ओझरच्या घाटात त्रिंबकजी डेंगळ्यांच्या रामोशांनी इतके सतावून सोडले की, ता. २ जानेवारी रोजी जेमतेम तो चाकणाला येऊन पोचला त्याच दिवशी कॅ. Staunton जखमी झालेले लोक व उभारलेली फौज बरोबर घेऊन परत शिरूरच्या छावणीत गेला."

वरिल माहितीतील 'इंग्रज शिकस्त झाले' म्हणजे काय झाले हे समजुन येत नाही. माझ्या ज्ञानानुसार शिकस्त शब्दाचा अर्थ पराभव किंवा अपयश आहे. आणि तसा अर्थ घेतला तर 'इंग्रज पराभूत झाले' असा अर्थ निघतो आणि इंग्रज पराभूत झाले हे इतिहासाच्या अवलोकनावरून मनास न पटणारे आहे. कारण पराभूत माणूस किंवा पक्ष स्मारक उभारू शकत नाही. उभारलेच तर त्यावर 'विजयस्तंभ' असे पाटी लावू शकत नाही. भिमा कोरेगांवच्या स्तंभावर 'जयस्तंभ' म्हणून स्पष्ट मराठीत शब्द

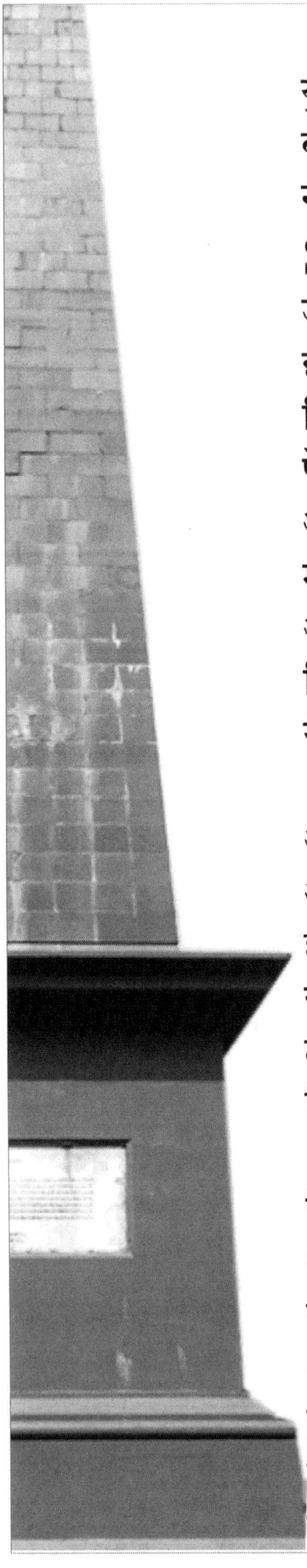

कोरलेली मार्बलची पाटी आहे. त्यामुळे या युध्दात इंग्रज जिंकले हेच सत्य आहे. पण ते काही इतिहास कारांच्या मनाला मेंदुला पटत नाही असे दिसते. याच माहितीत कॅ. Staunton जखमी झालेले लोक व उरलेली फौज बरोबर घेऊन परत शिरूरच्या छावणीत गेला असे कारण ही फौज पुण्यास निघाली होती आणि रस्त्यात त्यांना अडवून पेशव्यांनी पराभुत केल्याने ते मागे फिरले असा त्याचा अर्थ निघतो. हे वाक्य खरे मानले तरी ही पेशवे जिंकले असा त्यांचा अर्थ होत नाही. कारण शत्रू बरोबरची लढाई जिंकल्यावर सेना परत आपल्याच छावणीत येते किंवा युध्द भूमीवर तळ ठोकतात.

कारण आनंदाचे उधान आलेले असते तसेच जखमींवर उपचार ही करायचे असतात. भिमा कोरेगावपासुन पुणे लांब होते. त्यांनी कार्य पार पाडले होते. सहाजिकच पुण्यावरचा पेशव्यांचा धोका टळला होता. त्यामुळे महार सेना पुन्हा शिरूरला आली असेल.

अशीच बुध्दीभेद करणारी माहिती पेशव्यांच्या बखरचा संदर्भ देऊन सदाशिव आठवले यांनी त्यांच्या सरदार बापु गोखले यापुस्तकात दिलेली आहे. ती. माहिती अशी..''ब्राह्मणवाड्याहुन पेशवा पुन्हा पुण्याच्याच रोखाने निघाला ती तारीख ३० डिसेंबर १८१७ रोजी चाकण येथे आला. मात्र येथुन बापुच्या

सूचनेमुळे असो किंवा स्वतःच्याच लहरी प्रमाणे ''असो पुण्याकडे न जाता जवळपासचा पण दुसऱ्याच कोणत्यातरी स्थळाकडे चालु लागला. बाजीराव पुण्यास जाणार त्याचे बरोबर चांगला फौजफाटा असणार, तिथे कदाचित त्याला आणखी लोक सामिल होणार आणि आपला पुण्यावचा ताबा सुटणार अशी भीती वाटुन इंग्रजांची एक फौज शिरूरहुन कॅ. Staunton याचे नेतृत्वाखाली पुण्याकडे निघाली पुण्यास कर्नल बर होता. पण त्याच्याकडे सैन्य ही फारसे नव्हते. आणि युध्द सामग्री ही बेताचीच होती. कॉ.Staunton ची फौज ता. १/१/१८१८ रोजी कोरेगावास पोचली. तेव्हा पेशव्यांच्या फौजेचा तळ तेथे आधीच पडला होता. तिचे अधिपत्य अर्थात बापूकडेच होते. बापूने पेशव्यास सातारकडच्या मार्गाला लावले आणि स्वत: कोरेगावी इंग्रजा विरूध्द मोर्चा बांधणी सुरू केली. बापूने प्रथम तोफांचा मारा करण्याचे योजिले, परंतु इंग्रजांनी आडोशाच्या सुरक्षीत जागा शोधल्यामुळे ते गोळ्याच्या टप्प्यात येत नाहीत हे लक्षात येताच त्याला युध्दतंत्र बदलावे लागले. बंदुका आणि तलवारी हाती घेवून मराठे पुढे धावले. इंग्रजांनी चांगला प्रतिकार केला. यात शंका नाही. तथापि या ठिकाणी इंग्रजांना काय किंवा मराठ्यांना काय मोठे निकाली युध्द कोणालाच करायचे नव्हते. इंग्रजांना हे मार्गातील

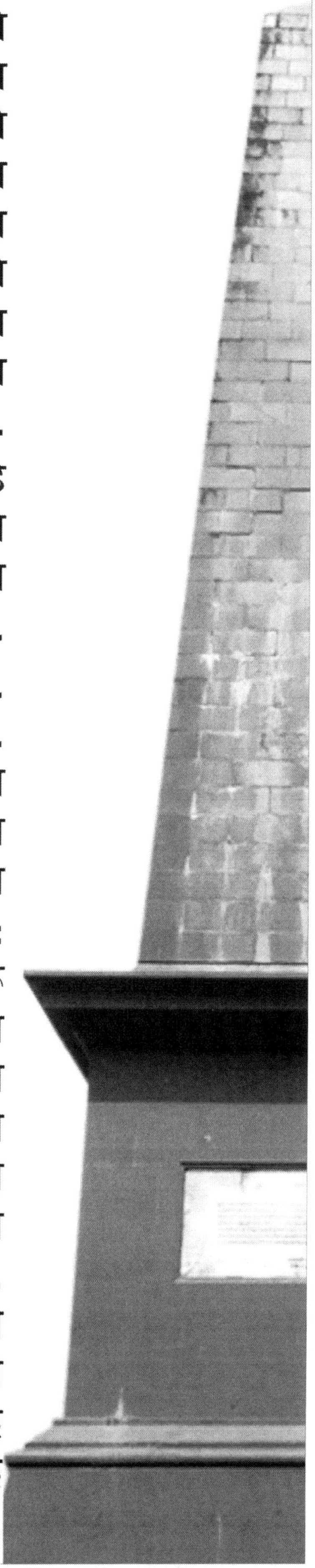

भीमा कोरेगांवचा क्रांती संग्राम १९

संकट पार करून पुढे पुण्याकडे जावयाचे होते.तर बापू त्याना अडवून धरून पेश्वयास दुर जाण्यास अवसार द्यावयाचा होता. दोघांचे ही हेतु सिध्दीस गेले. ता. ४ जानेवारी १८१८ च्या एका बातमीपत्रा प्रमाणे त्या तारखे पर्यंत बाजीराव फुलगावला मुक्कामाला आलेला होता.'' आता हि माहिती खरी मानावी की रियासतकारांची..? आता या माहितीतील बनवेगिरी पहा.

कॅप्टन Staunton ची फौजा. १/१/१८१८ रोजी कोरेगावास पोहचली. तेव्हा पेशव्यांच्या फौजेचा तळ तेथे आधीच पडला होता. अशी माहिती वरिल उताऱ्यात आहे. जर पेशव्यांच्या फौजेचा तळ आधिच तेथे असेल तर याची कुणकण ब्रिटिश फौजेला कसी लागली नाही ? ब्रिटिश फौजेने रस्त्यातील धोक्याचा अंदाज घेतला नसेल काय ? आणि उताऱ्यात म्हटल्या प्रमाणे निकाली युध्द कोणालाच करायचे नव्हते तर ब्रिटिश सैन्य मागेच का थबकले नाही ? तसेच बापुने प्रथम तोफांचा मारा करण्याचे योजिले परंतु इंग्रजांनी आडोशाच्या सुरक्षित जागा शोधल्यामुळे ते गोळ्यांच्या टप्प्यात येत नाही असे लक्षात येताच त्याला युध्द तंत्र बदलावे लागले. बंदुका आणि तलवारी हाती घेऊन मराठे पुढे धावले. असे ही उताऱ्यात म्हटलेले आहे. जर खरेच पेशव्यांच्या

सेनेला ब्रिटिश सेनेस फक्त अडवून धरायचे होते. तर तो फक्त तोफांच्या माराने साध्य झाले होते. कारण तोफांच्या मारामुळे इंग्रजांनी आडोशाच्या सुरक्षीत जागा शोधल्या होत्या. थोडक्यात इंग्रज लपुन बसले होते किंवा स्वत:च्या बचावाच्या तयारीत होते. तर मग दुसरा प्रश्न असा निर्माण होतो की, बंदुका आणि तलवारी हाती घेऊन ते पुढे का धावले ? आणि सगळ्यात महत्वाचे म्हणजे युध्द कोणालाच करायचे नव्हते तर पेशव्यांनी सैन्य जमवले कशासाठी होते ? इंग्रज सैन्य पुण्याला काय भाकरी खाण्यासाठी बोलावले होते काय ?

एकंदरीत या सर्व प्रकारातून सत्य लपवण्याचाच प्रयत्न दिसुन येतो. येवढे मात्र खरे.

मंबुईच्या महाराष्ट्र राज्य मराठी विश्वकोष निर्मिती मंडळाने मराठी विश्वकोष तयार केलेला आहे. हा विश्वकोष इंटरनेटवर ही उपलब्ध आहे. या विश्वकोषात म्हटले आहे की, घोडनदीहुन इंग्रजी फौज पुण्यास येताना बाजीरावाची आणि तिची गाठ पडली त्या वेळी बापुने इंग्रजांचा पराभव केला ?

आता बोला याला काय म्हणावे की काहीच म्हणू नये !

डॉ. आंबेडकरांची मानवंदना

डॉ. बाबासाहेब आंबेडकर यांनी १ जानेवारी १९१७ रोजी क्रांतीस्तंभास भेट देवून

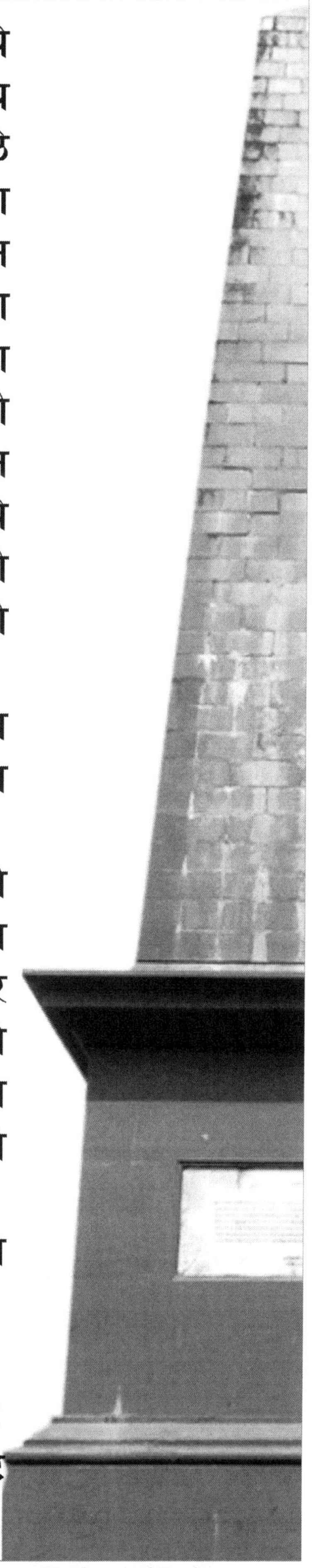

भीमा कोरेगांवचा क्रांती संग्राम २१

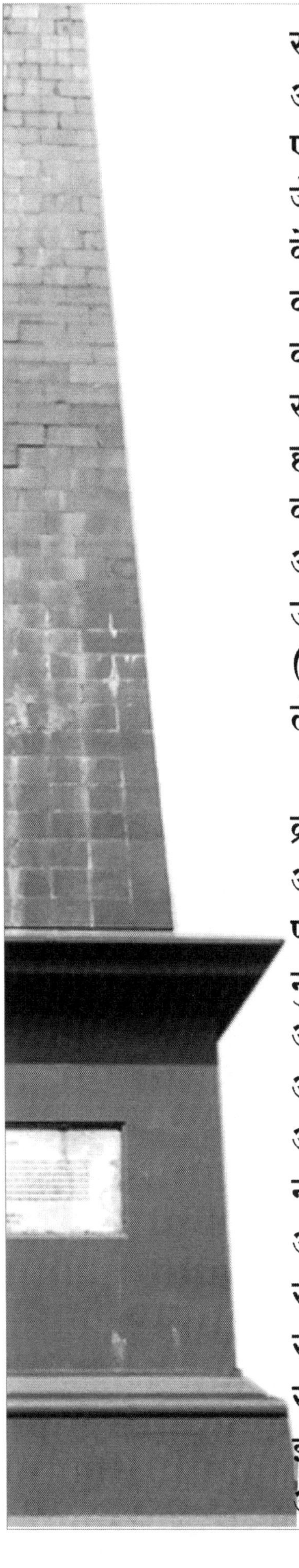

स्मृतीदिन साजरा केला होता. या वेळी डॉ. आंबेडकरासोबत डॉ. पी. जी. सोळंकी, एस. एफ. बराथे, बी. जे. भोसले, एस. बी. भंडारे, जे.एन. रनपिसे, बी.बी. जाधव, जे. ऐदाळ, के. एम. सोनवणे. आर. के. कदम, पी. वाघमारे, श्री. रा. थोरात, मास्टर के.एन. कदम, मास्टर ए. एस. कांबळे, के. एन. सोनकांबळे, आदि मान्यवर मंडळी उपस्थित होती. या सर्वांचे समुह चित्र शिवराय जानबा कांबळे यांच्या चरित्रात आहे. डॉ. बाबासाहेब आंबडेकर मोठ्या अभिमानाने या कार्यक्रमास उपस्थित होते.

(संदर्भ :- महाराष्ट्रातील महारांचा इतिहास ले. शंकरराव खरात)

क्रांतीस्तंभाची स्थिती

क्रांती स्तंभाची आजची स्थिती अत्यंत दुर्देवी आहे. या स्तंभावर २५ जुलै १९८९ ला विज पडली होती. यात स्तंभाच्या वरच्या भागाचे नुकसान झालेले होते. त्याची डागडुजी ही अनेक वर्ष झाली नव्हती. सध्या या स्तंभावर असलेली भव्य संगमरवरी शिला दुभंगली असुन ती कधी निखळून पडेल याचा नेम नाही. यावरच वीर शहिदांची नावे कोरलेली आहेत. तसेच ठिकाणी कसल्याही प्रकारचे संरक्षण नाही की ही वास्तु पुरात्व खात्याने संरक्षीत केलली नाही. या स्तंभाच्या सभोतालच्या जमिनीवर अतिक्रमण ही झालेले आहे. या स्मारकाचे जतन करणे आंबेडकरी समुहाचे काम आहे.

भीमा कोरेगावचा
क्रांती संग्राम

यु|व|रा|ज| |सो|न|व|णे

राष्ट्र निर्माण प्रकाशन

युवराज सोनवणे, विद्यार्थी दशेपासुनच सामाजिक कार्यात अग्रेसर असून परिवर्तनवादी साहित्याचे अभ्यासक आहेत. आपलं महानगर, सकाळ आदि वृत्तपत्रांमधुन त्यांनी पत्रकार म्हणून काम केले असून सध्याही ते मुक्त पत्रकार म्हणून सामाजिक प्रश्नांवर लिखाण करतात. काही काळ त्यांनी राष्ट्रनिर्माण या परिवर्तनवादी साप्ताहिकाचे संपादनही कलेले आहे. त्यांचा अनेक सामाजिक संघटनांशी जवळचा संबंध असुन सध्या ते रिपब्लीकन पँथर्स जातीअंताची चळवळ या सामाजिक संघटनेत राज्यसचीव म्हणून काम पहात आहेत. भिमा कोरेगावचा क्रांती संग्राम हे त्यांचे पहिलेच पुस्तक..

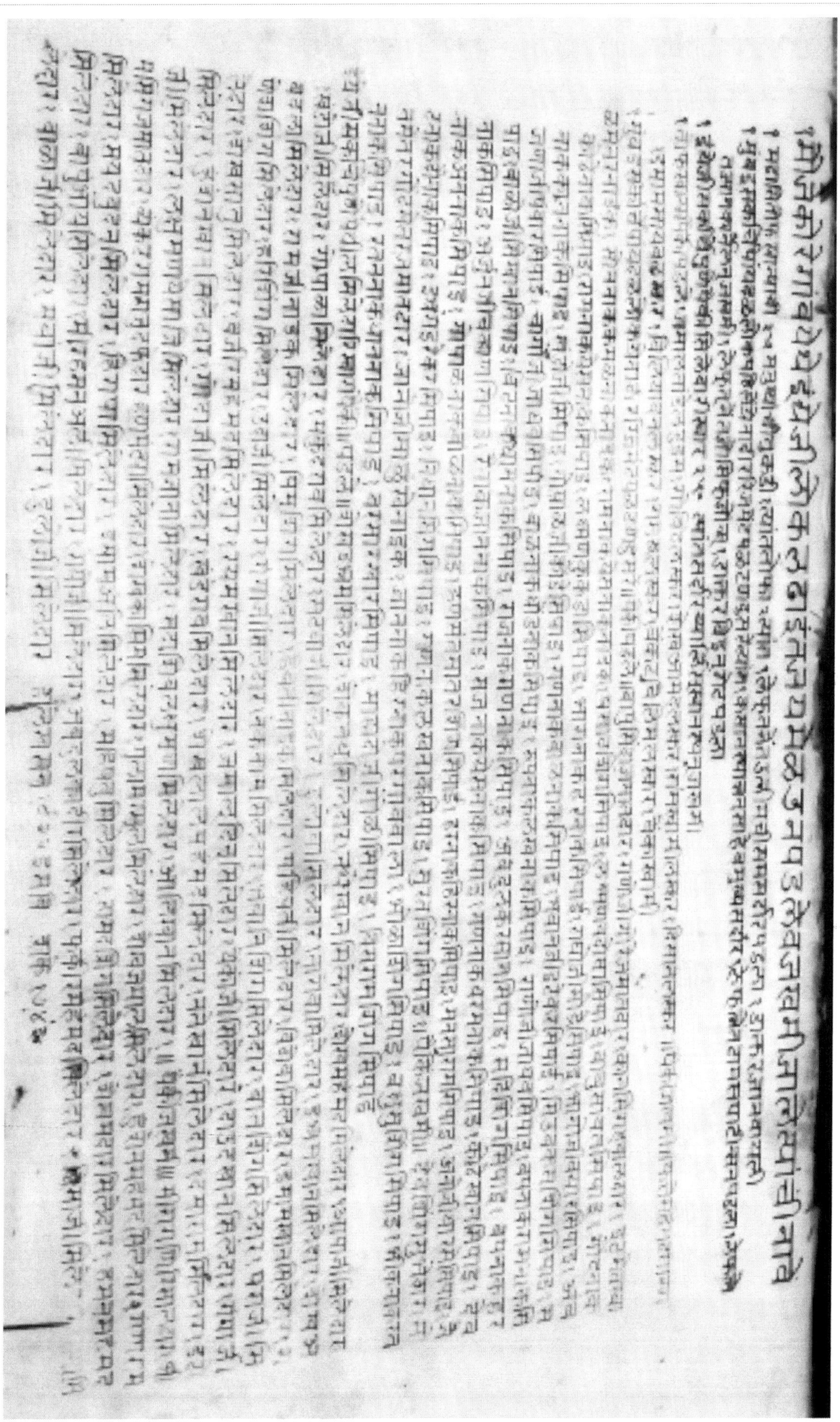

मौजे कोरेगांव येथे इंग्रेजी लोक लढाईत जय मेळउन पडले व जखमी झाले त्यांची नावे

Made in the USA
Monee, IL
24 August 2025

24115840R00016